ద్రాక్షలు పుల్లగా ఉంటాయి

ఒకరోజు ఒక నక్క ద్రాక్షతోట దగ్గరికి వెళుతోంది. ఆమె దూరం నుండి పండిన పసుపు ద్రాక్షను చూసింది. ద్రాక్ష చాలా రసవంతంగా ఉన్నాయి. వాటిని చూడగానే నక్క నోటిలో నీళ్లు తిరిగాయి. కానీ సమస్య ఏమిటంటే ద్రాక్ష తీగకు ఎత్తుగా వేలాడుతున్నాయి. కాబట్టి నక్క ద్రాక్ష గుత్తిని చేరుకోవడానికి గాలిలో పైకి ఎగిరింది, కానీ వాటిని చేరుకోలేకపోయింది. ఆమె పదే పదే ప్రయత్నించింది, కానీ ద్రాక్షపండ్లు ఇంకా ఆమెకు అందుబాటులో లేవు. నక్క అప్పటికి అలసిపోయింది. కానీ రసవత్తరమైన ద్రాక్షపండ్లు ఆమెను ఇంకా టెంప్ట్ చేస్తూనే ఉన్నాయి. ఎట్టకేలకు మరోసారి ప్రయత్నించి పూర్తి బలంతో దూకినప్పటికీ ఫలితం లేకుండా పోయింది.

నక్క ఇప్పుడు నిరాశ చెందింది. ఆమె అక్కడి నుంచి కదలడం మొదలుపెట్టింది. ఆమె తనలో తాను, "అది నాకు ద్రాక్ష పండ్లు రాకపోవడం మంచిది. అవి పులుపుగా అనిపిస్తాయి. వీటితో నేను ఏమి చేయగలను?"

ఆండ్రోకిల్స్ మరియు సింహం యొక్క కథ

పూర్వకాలంలో ఆండ్రోక్లెస్ అనే బానిస ఉండేవాడు. అతని యజమాని అతన్ని చాలా ఇబ్బంది పెట్టేవాడు. అతని నుండి తప్పించుకుని ఒక అడవికి చేరుకున్నాడు. ఒకసారి అతను అడవిలో తిరుగుతున్నప్పుడు అతని ఎదురుగా సింహం కనిపించింది. ఆండ్రోకిల్స్ తనను తాను రక్షించుకోవడానికి పారిపోవాలని అనుకున్నాడు. కానీ సింహం చాలా విచారంగా ఉండటం మరియు అతను తన కుడి పంజాను పదే పదే ఎత్తడం చూశాడు. సింహం నిజంగా ఏదో ఒక సమస్యలో ఉందని మరియు అతని సహాయం కోరుతుందని ఆండ్రోక్లెస్ భావించాడు. ఆండ్రోకిల్స్ దగ్గరికి వెళ్లి చూడగా సింహం కుడి పంజా నిజంగా వాచి రక్తం కారుతోంది. అతని పాదంలో పెద్ద ముల్లు గుచ్చుకోవడం అతనికి కనిపించింది. సింహం నొప్పితో ఏడ్చింది. ఆండ్రోక్లెస్ ప్రేమగా సింహం పావును తన చేతుల్లోకి తీసుకుని ముల్లును బయటకు తీశాడు. తర్వాత కడిగి గాయానికి కట్టు కట్టాడు. సింహం కాస్త ఉపశమనం పొందింది. అతను కృతజ్ఞతతో కూడిన కళ్లతో ఆండ్రోక్లెస్‌ను చూసి, అతనితో పాటు వెళ్లమని అడిగాడు. ఆండ్రోక్లెస్ తన గుహలో సింహంతో వెళ్లి అతనితో నివసించడం ప్రారంభించాడు.

ఆండ్రోక్లీస్ మరియు సింహం మధ్య స్నేహం గురించి రాజుకు వార్త చేరింది. ఒకరోజు వారిద్దరినీ పట్టుకుని అతని కోటకు తీసుకెళ్లారు. సింహం చాలా రోజులు ఆహారం లేకుండా ఉంచబడింది. ఆ తర్వాత ఆండ్రోక్లెస్‌ను సింహం బోనులోకి అనుమతించారు. ఆకలితో ఉన్న సింహం పంజరం లోపల ఒక వ్యక్తిని చూసినప్పుడు, అతన్ని చంపడానికి మరియు తినడానికి దూకింది. కానీ అతను ఆండ్రోకిల్స్ దగ్గరికి చేరుకోగానే అతన్ని గుర్తించాడు. సింహం ప్రేమతో చేతులు నొక్కడం ప్రారంభించింది. అది చూసి రాజు ఆశ్చర్యపోయాడు. అతను వెంటనే ఆండ్రోక్లెస్‌ను బానిసత్వం నుండి విడిపించాడు మరియు అతనిని తనలో ఉంచుకున్నాడు కోర్టు. సింహాన్ని మళ్లీ అడవిలో వదిలేశారు

నీతి:- మనుషుల్లాగే జంతువులు కూడా
ఉండొచ్చు స్నేహపూర్వక మరియు నమ్మకమైన.

చీమ మరియు పావురం యొక్క కథ

ఒక చీమ ఉండేది. ఒకసారి దాహం వేసినప్పుడు నీళ్ళు తాగడానికి జలపాతం దగ్గరికి వెళ్ళింది. ఆమె గడ్డి బ్లేడ్ ఎక్కి నీరు తాగడం ప్రారంభించింది. అకస్మాత్తుగా ఆమె నీటిలో పడిపోయింది. చీమ చచ్చిపోతుందని భావించింది. కానీ పక్కనే ఒక చెట్టు ఉండేది. ఒక పావురం దాని మీద కూర్చుని ఉంది. నీటిలో మునిగిపోతున్న చీమను చూసి ఆమెపై జాలి కలిగింది. చీమకు కొంత మద్దతు లభించేలా ఆమె చెట్టు మీద నుంచి ఒక ఆకును కిందకు విసిరింది. చీమ ఆకుపైకి ఎక్కి ఆమె ప్రాణాలను కాపాడింది. ఆమె పావురానికి కృతజ్ఞతలు చెప్పింది.

కాసేపటి తర్వాత చీమ పావురాన్ని చంపడానికి చేతిలో నిప్పుతో ఉన్న వేటగాడిని చూసింది. ఆ సమయంలో పావురం నిద్రపోతోంది. కాబట్టి ఆమె వేటగాడిని గమనించలేకపోయింది. చీమ ఆలోచించింది, "నేను పావురాన్ని రక్షించాలి ఎలాగైనా."

వేటగాడు కాటాపుల్ట్‌ని ఉపయోగించబోతుంటే, చీమ హఠాత్తుగా అతని చేతిని కొరికింది. కాబట్టి వేటగాడి లక్ష్యం చెదిరిపోయింది. కాటాపుల్ట్ శబ్దానికి పావురం మేల్కొని ఎగిరిపోయింది.

నీతి:- మీరు ఎవరికైనా మంచి చేస్తే ప్రతిఫలంగా మీరు కూడా మంచిని పొందుతారు.

చీమ మరియు గొల్లభామ కథ

చాలా కష్టపడి పనిచేసే చీమ ఉండేది. పంటల సీజన్లో, ఆమె ధాన్యాలు మరియు ఆహార పదార్థాలను నిల్వ చేసింది, తద్వారా ఆమెకు అవసరమైనప్పుడు ఎటువంటి సమస్య తలెత్తదు. మరియు నిజంగా సీజన్ మారినప్పుడు మరియు చలికాలం వణుకుతున్నప్పుడు చీమ చింతించలేదు.

ఒక మిడత చీమ నిల్వ ఉంచిన గింజలను చూసింది. మిడత చాలా సోమరి. పంటలు పండే సమయంలో రోజంతా తిరుగుతూ పాడుకునేవాడు. కానీ ఇప్పుడు విపరీతమైన చలిలో అతనికి ఆరోగ్యం బాగాలేదు. అతను చీమల దగ్గరకు వెళ్లి, "ప్రియమైన చీమ, మీరు నాకు కొంచెం ధాన్యం ఇస్తే నేను మీకు కృతజ్ఞుడను." చీమ, "అన్న, ధాన్యాలు సేకరించే సమయం వచ్చినప్పుడు, మీరు వాటిని ఎందుకు నిల్వ చేయలేదు?" "అయ్యో! ఆ సమయంలో నేను పాడుతూ ఉన్నాను" అని మిడత చెప్పింది. "అయితే ఇప్పుడే డాన్స్ చేయి" అని చీమ తన ఇంటికి వెళ్ళింది. గొల్లభామ తనపై అవమానంగా భావించింది అజాగ్రత్త మరియు పశ్చాత్తాపం ప్రారంభించారు

నీతి:- తన పనిని సమయానికి చేయనివాడు తరువాత పశ్చాత్తాపపడవలసి ఉంటుంది.

కౌన్సిల్‌లో ఎలుకలు

ఒకప్పుడు ఎలుకలను పిల్లి ఇబ్బంది పెట్టింది. పిల్లి ఎక్కడి నుంచైనా వచ్చి వాటిని చంపి తినేది. ఎలుకలు ఆమెను అర్థం చేసుకోలేకపోయాయి. కాబట్టి సమస్యను పరిష్కరించడానికి ఎలుకలు కౌన్సిల్ పిలుపునిచ్చాయి. సమావేశంలో సమస్యపై చర్చించారు. చివరగా ఒక చిన్న ఎలుక లేచి నిలబడి, "నాకు ఒక సూచన ఉంది. దానిని పాటిస్తే మనం ఖచ్చితంగా పిల్లి దాడి నుండి రక్షించబడవచ్చు." "అది ఏమిటి?" ఎలుకలన్నీ కలిసి అడిగాయి. పిల్లి ఎలుక "మేము పిల్లి మెడలో గంటను కట్టివేస్తాము. కాబట్టి పిల్లి అక్కడ మరియు ఇక్కడ కదులుతుంది లేదా మా దగ్గరికి వచ్చినప్పుడు, అది మాకు తెలుస్తుంది" అని చెప్పింది.

మీటింగ్‌లోని ప్రతి ఒక్కరూ సూచనను ఇష్టపడి చాలా సేపు చప్పట్లు కొట్టారు. అందరూ దానికి అంగీకరించారు. అప్పుడు అకస్మాత్తుగా ఒక ముసలి ఎలుక లేచి నిలబడి, "ఈ సూచన నిజంగా అద్భుతమైనది, పిల్లి భయం శాశ్వతంగా నాశనం అవుతుంది. నేను మీ నుండి ఒక చిన్న ప్రశ్న అడగాలనుకుంటున్నాను. దయచేసి మీలో ఎవరు గంటను కట్టుకుంటారో చెప్పండి. పిల్లి మెడ?" ఆ ప్రశ్న విని ఎలుకలన్నీ నివ్వెర పోయాయి. ఎందుకంటే దీని గురించి ఎవరూ ఆలోచించలేదు. తర్వాత కొన్నిసార్లు వారు పారిపోయారు. మండలిలో నిశ్శబ్దం నెలకొంది.

పెంపుడు కుక్క మరియు తోడేలు

నగరం వైపు. అక్కడ అతనికి ఒక పెంపుడు కుక్క పరిచయమైంది. తోడేలు తన కష్టాల గురించి చెప్పింది. పెంపుడు కుక్క చెప్పింది. "మీరు వచ్చి నాతో ఉండు. మేమిద్దరం రాత్రిపూట మేల్కొని దొంగల నుండి కాపలాగా ఉంటాం. అప్పుడు మాస్టారు మనకు తినడానికి సరిపడా ఆహారం ఇస్తారు."

తోడేలు పెంపుడు కుక్కతో వెళ్తున్నప్పుడు అతని మెడలో ఒక గుర్తు కనిపించింది. తోడేలు అడిగింది, "ఎలా చేసింది

నీతి: పెద్దగా మాట్లాడటం తేలికే కానీ వాటిని ప్రదర్శించడం కష్టం. ఒకప్పుడు తోడేలుకు చాలా రోజులు ఆహారం లభించలేదు. అతను చాలా బలహీనుడయ్యాడు. కాబట్టి విచారంగా ఉన్న తోడేలు కదలడం ప్రారంభించింది నీకు ఈ గుర్తు వచ్చిందా?" పెంపుడు కుక్క, "ఇది నా కాలర్ గుర్తు, మాస్టర్ రోజంతా పట్టీ వేసి వెళ్లిపోతాడు.

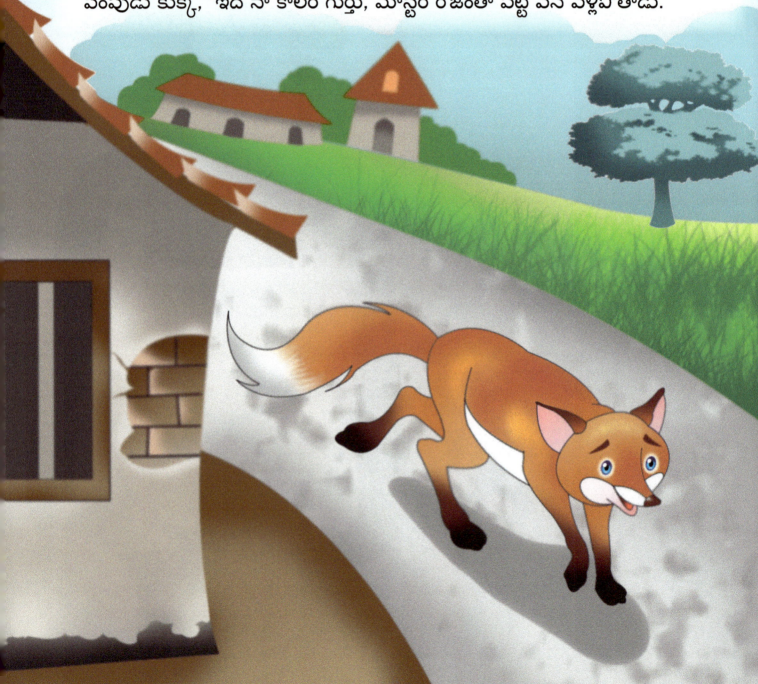

రాత్రి నాకు స్వేచ్ఛ." "మీ ఉద్దేశ్యం ఏమిటి? మీరు రోజంతా బంధించి ఉంటారు. మీ ఇష్టానుసారం మీరు ఎక్కడికీ కదలలేరు?" పెంపుడు కుక్క, "అవును, కానీ ఇందులో సమస్య ఏమిటి? మాస్టారు నన్ను బంధించి ఉంచుతారు, కానీ బదులుగా నాకు తినడానికి మంచి ఆహారం ఇస్తారు. రాత్రి నన్ను విడిచిపెట్టి వదిలిపేస్తాడు. దానికంటే నాకేం సమస్య?" అది విన్న తోడేలు ఒక్కక్షణం నిశ్చేష్టురాలైంది. తర్వాత తిరిగి అడవి వైపు తిరిగాడు. దూరంగా వెళుతూ పెంపుడు కుక్కకి చెప్పాడు. "మీ పట్టీకి మరియు మంచి తిండికి అభినందనలు. కానీ నేను నా స్వేచ్ఛను కోల్పోయి ఒక్క రోజు కూడా జీవించలేను. అందుకే నేను అడవికి తిరిగి వెళ్తున్నాను." నైతికత-స్వేచ్ఛ కంటే మెరుగైనది ఏదీ లేదు.

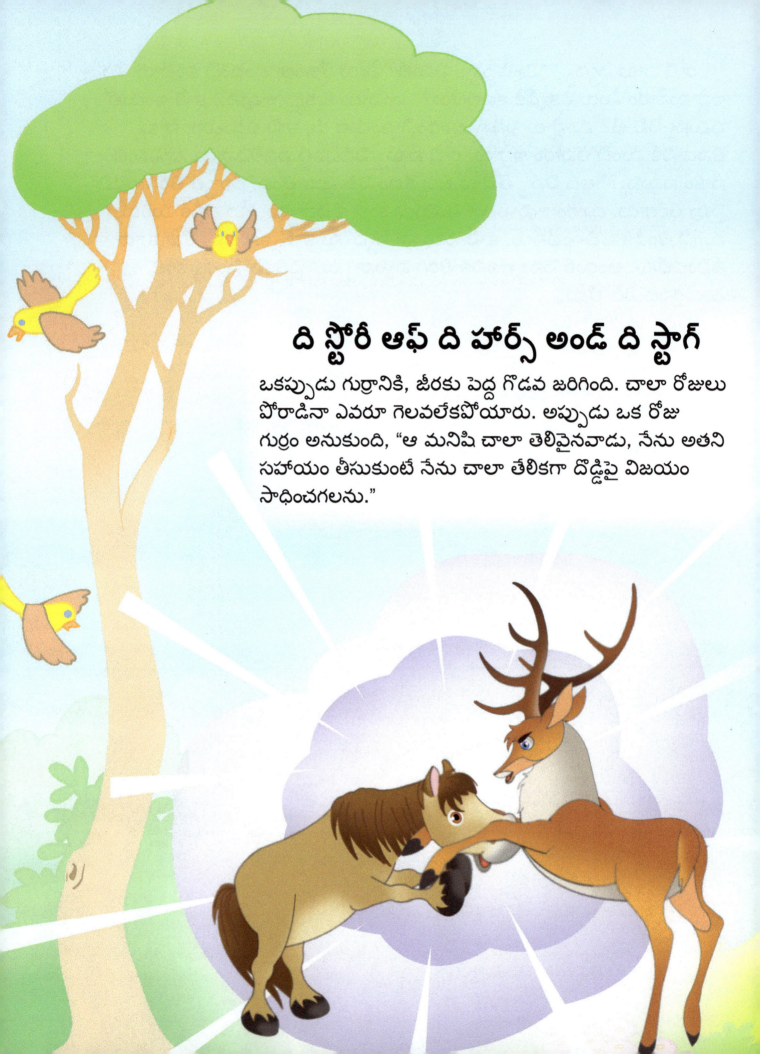

ది స్టోరీ ఆఫ్ ది హార్స్ అండ్ ది స్టాగ్

ఒకప్పుడు గుర్రానికి, జీరకు పెద్ద గొడవ జరిగింది. చాలా రోజులు పోరాడినా ఎవరూ గెలవలేకపోయారు. అప్పుడు ఒక రోజు గుర్రం అనుకుంది, “ఆ మనిషి చాలా తెలివైనవాడు, నేను అతని సహాయం తీసుకుంటే నేను చాలా తేలికగా దొడ్డిపై విజయం సాధించగలను.”

ఇలా ఆలోచిస్తూ గుర్రం ఒక వ్యక్తి దగ్గరకు వెళ్లి అతని సహాయం కోరింది. ఆ వ్యక్తి, "సరే, నేను మీకు సహాయం చేస్తాను, కానీ నేను కూడా ఒక షరతు పెట్టాను, నేను మీ వీపుపై జీను మరియు మీ నోటికి కంచె వేయాలి." గుర్రం అంగీకరించింది. అప్పుడు మనిషి గుర్రానికి జీను వేశాడు. నోటికి కంచం పెట్టాడు. అప్పుడు ఆ వ్యక్తి గుర్రంతో పోరాడటానికి గుర్రంపై ఎక్కాడు. అతను వెంటనే స్టాగ్‌పై గెలిచాడు. ఇప్పుడు, గుర్రం చాలా సంతోషంగా ఉంది. అతను ఆ వ్యక్తితో, "ధన్యవాదాలు, ఇప్పుడు దయచేసి జీనుని తీసివేయండి మరియు నేను తిరిగి అడవికి వెళ్ళగలను." మనిషి నవ్వడం ప్రారంభించాడు. "అయ్యో గుర్రం, నువ్వు నాకు చాలా ఉపయోగపడతావని నాకు బాగా తెలుసు.ఇక నుంచి నువ్వు ఎప్పుడూ పురుషులకు బానిసగానే ఉంటావు."

నీతి:- సాధారణంగా ఇద్దరి గొడవల వల్ల మూడవ వ్యక్తి ప్రయోజనం పొందుతాడు.

జింక పిల్ల మరియు అతని తల్లి

ఒకసారి ఒక జింక పిల్ల తన తల్లితో అడవిలో ఆడుకుంటోంది. చుట్టూ పచ్చగా ఉంది. జింక పిల్ల అక్కడక్కడ దూకుతోంది. అతను ఆటను ఆస్వాదిస్తున్నాడు. అతని అల్లరి చూసి తల్లి కూడా సంతోషించింది

ప్రవర్తన. కొద్దిసేపటికి తల్లి జింకకు అడవి కుక్కల శబ్దం వినిపించింది. అది విని భయాందోళనకు గురైన ఆమె వణికిపోయింది. ఆమె తన దూడతో, "కొడుకు, మాకు ప్రమాదం దగ్గర పడుతోంది. పరుగెత్తడానికి సిద్ధంగా ఉండండి. లేకపోతే మేము ఇబ్బందుల్లో పడతాము."

జింక పిల్ల తన తల్లి పరిస్థితిని చూసి, "అమ్మా, నాకో విషయం చెప్పు, నీకు అంత పెద్దది కొమ్ములు మరియు మీ పరిమాణం కుక్కల కంటే పెద్దది అయినప్పటికీ మీరు వాటికి ఎందుకు భయపడుతున్నారు? కుక్కలు వస్తే చంపేయొచ్చు" అన్నాడు జింక. "కొడుకు నువ్వు చెప్పింది నిజమే కానీ నేనేం చేయగలను? అడవి కుక్కల శబ్దం వింటే నాకు బాగోలేదు, కాళ్లు వణుకుతున్నాయి. అప్పుడు నేను వారిని ఎలా ఎదుర్కోగలను? కాబట్టి మనం ఇక్కడి నుండి పారిపోవడమే మంచిది." "సరే అమ్మా" అంది జింక పిల్ల. అతను తన తల్లి వెంట పరుగెత్తడం ప్రారంభించాడు. తనని ఇప్పుడు అర్థం చేసుకోగలిగాడుఅమ్మ మాటలు కొంచెం

నీతి: ఎవరి ప్రవర్తన కూడా సులభంగా మారదు

కుందేలు మరియు తాబేలు కథ

ఒకప్పుడు ఒక కుందేలు చాలా గర్వంగా ఉండేది. తాబేలు నెమ్మదిగా నడవడం చూసినప్పుడల్లా ఎగతాళి చేసేవాడు. అయితే ఒకరోజు తాబేలుకు కోపం వచ్చింది. అతను కుందేలుతో ఇలా అన్నాడు, "తమ్ముడూ నీ నడకకి చాలా గర్వపడుతున్నావు. అలాంటప్పుడు నువ్వు నాతో పరుగు పోటీలో ఎందుకు పాల్గొనకూడదు?" కుందేలు పరుగు పోటీకి సంతోషంగా అంగీకరించింది. ఒకరోజు ఇద్దరూ నిర్ణీత ప్రదేశానికి చేరుకున్నారు. అడవిలోని జంతువులన్నీ కూడా ఉన్నాయి. తోడేలు న్యాయనిర్ణేతగా ఎంపికైంది. తోడేలు పరుగు కోసం సంకేతం ఇవ్వడంతో, కుందేలు చాలా వేగంగా పరిగెత్తి అందరి కళ్లకు కనిపించకుండా పోయింది. తాబేలు నెమ్మదిగా కదులుతూ ముందుకు సాగుతోంది.

కొద్ది నిమిషాల తర్వాత కుందేలు చాలా వేగంగా పరుగెత్తడంతో సగం దూరం పూర్తి చేసింది. అప్పుడు అతను అనుకున్నాడు, "తాబేలు చాలా దూరంగా ఉంది, అతను నా దగ్గరికి రాగానే, నేను అతనిని అందరి ముందు అధిగమించి ఉంటాను. విజేత. ఇది చాలా సరదాగా ఉంటుంది."

ఇలా ఆలోచిస్తూ చెట్టుకింద కూర్చుని విశ్రాంతి తీసుకోవడం మొదలుపెట్టాడు. కొద్దిసేపటికే నిద్రలోకి జారుకున్నాడు. కుందేలు మేల్కొనేలోపు, తాబేలు నెమ్మదిగా నడుస్తూ ముగింపు రేఖను తాకింది. కుందేలు సిగ్గు పడింది. ఆ రోజు తర్వాత అతను ఎప్పుడూ తాబేలును ఎగతాళి చేయలేదు.

నీతి:- నిదానంగా మరియు స్థిరంగా రేసులో గెలుస్తాడు.

ది రాబిట్ మరియు ది వైల్డ్ డాగ్

ఒకసారి ఒక కుందేలు భారీ పొదలో దాక్కుని విశ్రాంతి తీసుకుంటోంది. అకస్మాత్తుగా ఒక అడవి కుక్క అతన్ని చూసింది. దూకి పొద దగ్గరికి చేరుకున్నాడు. ఇప్పుడు, కుందేలు తన ప్రాణాలను కాపాడుకోవడం కష్టమైంది. పొదలోంచి బయటికి వచ్చి వీలైనంత వేగంగా పరిగెత్తడం మొదలుపెట్టాడు. అడవి కుక్క కూడా తక్కువేమీ కాదు. అతను కుందేలును పట్టుకోవడానికి కూడా ఎటువంటి రాయిని వదిలిపెట్టలేదు. కానీ కుందేలు తన ప్రాణాలను కాపాడుకోవడానికి చాలా వేగంగా పరుగెత్తింది, అడవి కుక్క అతన్ని పట్టుకోలేకపోయింది. కుందేలు పొద వెనుక దాక్కుని అదృశ్యమైంది. అడవి కుక్క పాపం తన ఇంటి వైపు వెళ్లడం ప్రారంభించింది.

అప్పుడే దారిలో ఒక గొర్రెల కాపరి కలిశాడు. నిరుత్సాహంగా ఉన్న అడవి కుక్కను అడిగాడు గొర్రెల కాపరి, "అన్నయ్యా, నువ్వు అంత వేగంగా పరిగెత్తగలవు, అప్పుడు కూడా నువ్వు కుందేలును పట్టుకోలేవు. వాడు నీకంటే చాలా చిన్నవాడు" అని అడిగాడు. అడవి కుక్క బదులిచ్చింది, "అవును, మీరు చెప్పింది నిజమే, కానీ మన మధ్య చాలా తేడా ఉందని ఎందుకు మరచిపోతున్నావు.

కుందేలు తన ప్రాణాలను రక్షించుకోవడానికి పరుగెత్తుతున్నట్లు నేను నా ఆహారం కోసం మాత్రమే పరుగెత్తుతున్నాను. ఇది నా నష్టానికి కారణం. ." నీతి: సంక్షోభాల సమయంలో ప్రతి ఒక్కరూ తమను తాము రక్షించుకోవడానికి పూర్తి శక్తిని ఉపయోగిస్తారు.

ది స్టోరీ ఆఫ్ ది ఫాక్స్ అండ్ ది కాకి

ఒకసారి ఒక కాకి ఎక్కడినుంచో బ్రెడ్ ముక్క వచ్చింది. అది తీసుకుని చెట్టు కొమ్మ మీద కూర్చుంది. ఆమె ఉంది . ఒక నక్క అక్కడికి వచ్చినప్పుడు దానిని తినబోతుంది. ఆ రొట్టె ఎలాగైనా నాకు దొరికితే చాలా బాగుంటుంది అనుకుంది నక్క సరదాగా." నక్క కాసేపు ఆలోచించి, "అయితే ఆ రొట్టె ఎలా పొందగలను?" అప్పుడు ఆమె చెట్టుకింద కూర్చుని, "అయ్యో! కాకి, నువ్వు చాలా అందంగా ఉన్నావు. నీలాంటి అందం ఈ అడవిలో ఏ పక్షికి లేదు. దేవుడు నీకు ఇంత అందం ఇచ్చినప్పుడు నీ పాట ఎంత మధురంగా ఉంటుందో? దయచేసి మీ మనోహరమైన స్వరంలో ఒక పాట పాడండి, తద్వారా నేను సంతోషంగా ఉంటాను."

ఇప్పుడు కాకి ప్రశాంతంగా ఉండలేకపోయింది. "నేను బాగా పాడలేనని సాధారణంగా చెప్పేవారు. కానీ ఈరోజు నా అందం లాగానే నా గొంతు కూడా మధురంగా ఉండే ఈ నక్కను చూపిస్తాను" అనుకుంది. ఇలా అనుకుంటూ కాకి నోరు తెరిచి 'కావ్ కావ్' అంటూ మొదలు పెట్టగానే ముక్కు మధ్య పట్టుకున్న రొట్టె కింద పడింది. రొట్టె నేలపై పడకముందే దాన్ని పట్టుకోవడానికి నక్క గాలిలో ఎత్తుకు దూకి పారిపోయింది.

నీతి:- ముఖస్తుతిలో ఆనందించేవాడు
సాధారణంగా తర్వాత పశ్చాత్తాపపడతాడు.

లేక్ గాడ్ మరియు వుడ్ కటర్

చాలా కాలం క్రితం దాహంతో ఉన్న ఒక కట్టెలు కొట్టేవాడు చెట్లు నరికి నీరు త్రాగడానికి ఒక సరస్సు దగ్గరికి వెళ్ళాడు. అతను వంగిన వెంటనే నీరు త్రాగడానికి, అకస్మాత్తుగా అతని గొడ్డలి అతని చేతిలో నుండి జారి నీటిలో పడిపోయింది. కట్టెలు కొట్టేవాడు "నా అందమైన కోడలి నాకు చాలా ఉపయోగపడింది. అది లేకుండా నేను నా జీవనోపాధిని ఎలా నిర్వహించగలను?" అని ఏడుపు ప్రారంభించాడు. ఆ సరస్సులో నివసించే నీటి దేవుడు విచారంగా ఉన్న కట్టెలు కొట్టేవాడు విని బయటకు వచ్చాడు. అతను అడిగాడు, "ప్రియమైన కట్టెలు కొట్టేవాడా, ఎందుకు విచారంగా ఉన్నావు?" చెక్కలు కొట్టేవాడు అతనితో తన సమస్యను చెప్పాడు. సరస్సు దేవుడు నీటిలో మునిగిపోయాడు. కాసేపటి తర్వాత అతను నీటిలో నుండి బయటికి వచ్చినప్పుడు అతని చేతిలో ఒక ఘనమైన బంగారు గొడ్డలి మెరుస్తూ ఉంది. అతను చెక్కలను అడిగాడు. "ఇదేనా మీ గొడ్డలి?" చెక్కలు కొట్టేవాడు, "లేదు-లేదు, ఈ గొడ్డలి నాది కాదు."

ఇప్పుడు, సరస్సు దేవుడు మళ్లీ నీటిలో మునిగిపోయాడు. బయటకు వచ్చేసరికి అతని చేతిలో మెరిసే వెండి గొడ్డలి ఉంది. కానీ చెక్కలు కొట్టేవాడు అతనికి చాలా స్పష్టంగా చెప్పాడు, “లేదు, ఇది నా గొడ్డలి కాదు” ఇప్పుడు, సరస్సు దేవుడు నీటిలో మునిగిపోయాడు. ఈసారి బయటకు వచ్చేసరికి చేతిలో ఇనుప గొడ్డలి ఉంది. అది చూసి కట్టెలు కొట్టేవాడు “అవును, అవును ఇది నా గొడ్డలి” అని అరిచాడు. సరస్సు దేవుడు ఆ గొడ్డలిని కట్టెలు కొట్టేవాడికి ఇచ్చాడు. అప్పుడు అతను, “నీ నిజాయితీకి నేను చాలా సంతోషిస్తున్నాను. కాబట్టి బంగారు మరియు వెండి గొడ్డలి రెండూ కూడా నీ దగ్గరే ఉంచుకో” అన్నాడు.

నీతి:- నిజాయితీపరుడు అందరికీ నచ్చుతాడు

ది స్టోరీ ఆఫ్ ది ఫ్లై అండ్ ది బుల్

ఒక ఫ్లై ఉంది. ఆమె కొంత సమయం నుండి ఎద్దుపై సందడి చేస్తోంది. కొన్ని నిమిషాల పాటు ఆమె సంచరించింది ఎద్దు కొమ్ముల మధ్య. అప్పుడు ఆమె ఒక కొమ్ము మీద కూర్చుంది. ఎద్దు ఉల్లాసంగా కదులుతోంది. కొంతసేపటి తర్వాత ఈగ అనుకుంది, "అయ్యో! నా బరువు కారణంగా ఎద్దు ఇబ్బంది పడాలి." ఆమె ఎద్దుతో, "సోదరా, నా బరువు కారణంగా మీరు ఇబ్బంది పడుతుంటే దయచేసి నాకు తెలియజేయండి. మీరు ఇంత శ్రమతో కూడిన పని చేస్తున్నారు. మరియు నా కారణంగా మీరు మరింత లోడ్ అవుతున్నారు. "వద్దు, వద్దు, చింతించకండి. "ఎద్దు ఈగతో చెప్పింది. "నువ్వు కూర్చున్నా నా లేదా నా మీద కూర్చోకపోయినా పనికిరాదు నాకు చాలా తేడా. నిజంగా నువ్వు నా మీద కూర్చున్నావో లేవో కూడా నాకు తెలియదు. నువ్వు కావాలనుకుంటే చేయి; నువ్వు కావలనుకుంటే చేయగలవు మీ కుటుంబాన్ని మొత్తం తీసుకొచ్చి సంతోషంగా కూర్చోండి. నేను ఇబ్బంది పడను."

నీతి: ఒక చిన్న జీవి చేసిన పెద్ద సూచన ఒక మూర్ఖుడని నిరూపించవచ్చు.

గాడిద నీడపై తగాదా

ఒకసారి ఏథెన్స్‌లో ఒక యువకుడు ఎక్కడికో వెళ్లేందుకు గాడిదను అద్దెకు తీసుకున్నాడు. గాడిద యజమాని అతని వెంట వెళ్ళాడు. ఆ రోజు చాలా వేడిగా ఉంది. యువకుడు గాడిద నీడలో విశ్రాంతి తీసుకోవాలని అనుకున్నాడు. గాడిద నీడ పడుతున్న చోట నేలలో ఒక షీట్ పరిచి విశ్రాంతి తీసుకోవడానికి పడుకున్నాడు. కొంతసేపటికి గాడిద యజమాని వచ్చి, "నేను కూడా ఈ నీడలో పడుకుంటాను" అన్నాడు. యువకుడు అభ్యంతరం వ్యక్తం చేస్తూ, "అయితే నేను ఈ గాడిదను కిరాయికి తీసుకున్నాను, కాబట్టి నీడ నాదే, ఎందుకు? నువ్వు ఇక్కడ పడుకోవాలనుకుంటున్నావా?" మాస్టారు, "మీరు గాడిద సవారీకి చెల్లించారు మరియు దాని నీడ కోసం కాదు. కావున గాడిద నీడ మీద నాకు హక్కు ఉంది." అని ఇద్దరూ గొడవ పెట్టుకున్నారు. గాడిద కంగారుపడి పారిపోయింది. కొంతసేపటికి గాడిద కనిపించడం లేదు, ఎవరి నీడ మీద వాళ్ళు పోట్లాడుకుంటున్నారు.వారిని చూసి జాలి వేసింది.

నీతి:- గొడవలో ఎవరికీ ప్రయోజనం ఉండదు.

దాహంతో ఉన్న కాకి నీరు తాగింది

ఒకసారి ఒక కాకికి చాలా దాహం వేసింది. నీటి వెతుకులాటలో తిరుగుతున్నాడు. కానీ అతనికి నీరు దొరకలేదు. చివరికి అతనికి ఒక కాడ దొరికింది. కాకి కాడ దగ్గరికి వెళ్లి నీళ్ళు తాగడానికి తన ముక్కును లోపల పెట్టింది. కానీ కాడలో నీరు చాలా తక్కువగా ఉంది. అందుకే ఎంత ప్రయత్నించినా కుండలోని నీళ్లు తాగలేకపోయాడు. ఇప్పుడు, కాకి విచారంగా మరియు నిరుత్సాహపడింది. అతను ఆలోచించాడు, నేను ఏమి చేయాలి? ఈ కాలిపోతున్న మధ్యాహ్నం నాకు కొంచెం నీరు వచ్చింది, అది కూడా నేను తాగలేకపోయాను."

అకస్మాత్తుగా అతని మదిలో ఒక ఆలోచన వచ్చింది. అతను ఎగిరిపోయి దాని ముక్కులో ఒక గులకరాయిని తెచ్చాడు. అతను గులకరాయిని పెట్టాడు కాడ. ఈ విధంగా కాకి చాలా గులకరాళ్ళను ఒక్కొక్కటిగా కాడ లోపల విసిరింది. నీరు కాడ పైకి వచ్చింది. కాకి కాడ నీళ్ళు తాగి ఆనందంగా ఎగిరిపోయింది.

నీతి: అవసరాలు ఆవిష్కరణలకు తల్లి.

గాడిద మరియు గొల్లభామ కథ

ఒకసారి గాడిద ఎక్కడికో వెళుతోంది. ఒక మధురమైన పాటను వినిపించాడు. నిజానికి ఒక మిడత తన మధురమైన స్వరంలో సాధన. గాడిదకు మిడత పాట బాగా నచ్చింది. అది విని సంతోషించాడు. మెల్లగా గొల్లభామ దగ్గరకు నడిచి, "ప్రియమైన మిడత, వావ్! నువ్వు బాగా పాడతావు. కానీ నీలాగా నేనెందుకు బాగా పాడలేకపోతున్నానో నాకు తెలియదు. నీ మధురమైన స్వరంలోని రహస్యం నాకు చెప్పగలవా? అలాగే చక్కగా పాడండి." గాడిద మూర్ఖత్వానికి గొల్లభామ చిరాకు పడింది. కానీ, "వాస్తవానికి మనం తినేది మనపై ప్రభావం చూపుతుంది

గొంతు మరియు మన గానం కూడా. ఏది తినే వాడు అలా పాడతాడు." ఇది విని గాడిద ఆశ్చర్యపోయింది. "ఎందుకు తమ్ముడూ, నీ స్వరం చాలా మధురంగా ఉంది ఏం తింటావు?" అని అడిగింది మిడత సరదాగా గాడిదను చూసి, "చెప్పడానికి. నిజం నేను మంచు బిందువులు మాత్రమే తాగుతాను మరియు దీనితో నా గొంతు మధురంగా మారింది. కానీ నీకు మంచు బిందువుల మీద బతకడం కష్టం." ఆ రోజు నుండి గాడిద గడ్డి తిని వదిలేసింది. తెల్లవారుజామున మంచును నొక్కడానికి పార్క్కకు వెళ్లడం ప్రారంభించింది.

పడిపోతుంది. అయితే దీనితో అతని కడుపు ఎలా నిండుతుంది? అతని పరిస్థితి చాలా విషమంగా మారింది, అతను మధురంగా పాడలేకపోయాడు, కానీ ఆకలితో కొద్ది రోజుల్లో మరణించాడు.

నీతి:- మనం ఆలోచించకుండా ఎవరి మాటలను నమ్మకూడదు.

కప్పలకు రాజు

పూర్వకాలంలో అన్ని జంతువులు మరియు పక్షులకు వాటి స్వంత రాజు ఉండేవాడు కాని కప్పలకు రాజు లేడు. కప్పలు అక్కడక్కడ తిరుగుతూ గెంతుతూ ఉండేవి. వారిని ఆపడానికి ఎవరూ లేరు. కానీ కొంతకాలం తర్వాత వారు తమ స్వేచ్ఛపై విసుగు చెందారు. “ప్రతి ఒక్కరికీ వారి స్వంత రాజు ఉంటాడు, అప్పుడు కప్పలకు కూడా వారి స్వంత రాజు ఉండాలి, అతను రాజ్యాన్ని చూసుకోగలడు మరియు కప్పలన్నింటినీ చూసుకుంటాడు.” చివరగా ఒకరోజు కొన్ని కప్పలు దేవుని దగ్గరకు వెళ్లి తమకు రాజును పంపమని ప్రార్థించాయి. దేవుడు నవ్వుతూ, “సరే. త్వరలో రాజుని పంపుతాను” అన్నాడు. కొంత సేపటికి కప్పలు నదిలో ఆకాశం నుండి ఒక చెక్క దుంగ పడటం చూసాయి. ఆలోచించడం మొదలుపెట్టారు. దేవుడే ఇతన్ని మన రాజుగా పంపి ఉంటాడు.” కానీ కొంత సమయం తర్వాత ఆ చిట్టా కదలడం లేదా మాట్లాడడం లేదని వారు చూశారు. ఇది ఎలాంటి రాజు? కొన్ని కప్పలు దుంగపైకి దూకాయి కానీ చెక్క దుంగ కదలలేదు. ఇప్పుడు కప్పలకు కోపం వచ్చింది. వారు వెళ్ళారు

కప్పల మాటలు విని దేవుడికి కోపం వచ్చింది. అతను “సరే. నిన్ను పరిపాలించేవాడు మరియు మీరు ఎవరికి భయపడతారో అలాంటి రాజును నేను పంపుతున్నాను.” అప్పుడు దేవుడు ఒక కొంగను కప్పల రాజుగా పంపాడు. కొంగకు ఒకే ఒక పని ఉండేది. అతను ప్రతిరోజు కొన్ని కప్పలను పట్టుకుని తినడం ప్రారంభించాడు. అతని నుండి కప్పలు పారిపోవడం ప్రారంభించాయి. మనం ఎంతగానో భయపడే రాజు ఎలాంటివాడో అనుకున్నారు. కప్పల మాట దేవుడికి చేరింది. దేవుడు కోపంగా అన్నాడు, “వాళ్ళకి ఏది కావాలో, అది వాళ్ళకి దొరికింది. ఇప్పుడు నేను ఏమీ చేయలేను.” పేద కప్పలు సంతోషంగా ఉండవలసి వచ్చింది.

నీతి:- తన స్థితితో సంతృప్తి చెందనివాడు తరువాత పశ్చాత్తాపపడవలసి ఉంటుంది.

గాడిద ఒడిలో కూర్చున్నప్పుడు

ఒక వ్యక్తి ఇంట్లో గాడిద, కుక్కపిల్ల ఉన్నాయి. గాడిద రోజంతా పని చేసేది అప్పుడు కూడా అతను కొన్ని సాధారణ ఆహారాన్ని తీసుకునేవాడు, కానీ కుక్కపిల్లకి మంచి ఆతిథ్యం లభించేది. అతను ఉపయోగించేవాడు

తినడానికి వివిధ రకాల ఆహారాలను పొందండి. మాస్టారు అతన్ని చాలా ప్రేమించేవారు. ఇది చూసి గాడిద అసహనానికి గురైంది. ఒకరోజు అనుకున్నాడు, 'మాస్టార్‌ని ముద్దాడటం తప్ప ఈ కుక్కపిల్లకి ఇంత సంపాదిస్తే, నేనెందుకు పని చేయాలి? నేను కూడా కుక్కపిల్లలాగా మాస్టర్‌ని విలాసపరుస్తాను. అప్పుడు నాకు తినడానికి మంచి ఆహారం కూడా లభిస్తుంది మరియు బరువులు మోయడం నుండి నాకు మినహాయింపు ఉంటుంది." మరుసటి రోజు గాడిద కుర్చీలో కూర్చుని సూర్యుడిని ఆనందిస్తున్న యజమానిని చూసింది. వెంటనే గాడిద వెళ్ళింది. తనకి. మాస్టారి ఒడిలో కూర్చుని మొహం చాటేయడం మొదలుపెట్టాడు. మాస్టారు అతనితో అవాక్కయ్యారు

ప్రవర్తన మరియు కుర్చీ నుండి పడిపోవడం గురించి. కొంతసేపటికి యజమాని కర్ర ఎత్తి గాడిదను కొట్టాడు. ఆ తర్వాత గాడిద మళ్లీ తన అసలు పని లోడ్లు ఎత్తడం ప్రారంభించింది.

కానీ కుక్కపిల్లకి మంచి ఆహారం ఎందుకు లభిస్తుందో గాడిదకు అర్థం కాలేదు మాస్టర్‌ను పాంపరింగ్ చేయడం ద్వారా తినండి మరియు అదే చర్య కోసం అతను కొట్టబడతాడు.

నైతికంగా-ఇతరుల చర్యను కాపీ చేయడం వల్ల ప్రేమ లేదా గౌరవం లభించదు.

సమస్య ఎక్కడ నుండి వచ్చింది?

ఒకప్పుడు ఒంటి కన్ను జింక ఉండేది. ఒకరోజు ఆమె నది ఒడ్డున కూర్చుని ఉంది. ఆమె ఆలోచించింది, "నది వైపు నుండి ప్రమాదం ఏమిటి?" అలా కూర్చున్నప్పుడు ఆమె చెడిపోయిన కన్ను నది వైపు ఉంచింది. ఎవరైనా వేటగాడు వస్తే ఆమె అప్రమత్తంగా ఉండేందుకు మరో కన్నుతో అన్ని చోట్లా జాగ్రత్తగా చూస్తూ ఉండిపోయింది.

కొంతసేపటికి నది ఒడ్డున పడవ వచ్చింది. చాలా మంది వేటగాళ్ళు దానిపై కూర్చున్నారు. ఒక వ్యక్తి చేతిలో విల్లు మరియు బాణం ఉన్నాయి. కానీ జింక కంటి దెబ్బతినడంతో వాటిని చూడలేకపోయింది. పడవలో కూర్చున్న వ్యక్తి విసిరిన బాణం జింకకు తగిలింది. కొద్ది నిమిషాల్లోనే ఆమె మరణించింది. చనిపోయే ముందు జింక చెప్పింది, "ఇది నా తప్పు, నేను సురక్షితంగా ఉన్న దిశలో నేను అప్రమత్తంగా ఉన్నాను, కానీ నిజమైన ప్రమాదం ఉన్న మరొక వైపు ఇబ్బంది పెట్టలేదు. అందుకే, నేను నా ప్రాణాన్ని ఇవ్వవలసి వచ్చింది."

నీతి:- ప్రమాదం ఎక్కడి నుండైనా రావచ్చు. కాబట్టి మనం ప్రతి విషయంలోనూ జాగ్రత్తగా ఉండాలి.

వారు దీని కంటే మెరుగ్గా ఉన్నారు

పూర్వకాలంలో ఒకప్పుడు సోమరితనంతో గర్వించే గాడిద ఉండేది. అతను తోటమాలి దగ్గర పని చేసేవాడు. అక్కడ అతనికి చాలా తేలికైన పని ఉండేది. కానీ యజమాని తన నుండి చాలా పని తీసుకుంటున్నాడని గాడిద అనుకుంది. దీనిపై దేవుడికి మొరపెట్టుకున్నాడు. అది విన్న దేవుడికి కోపం వచ్చింది. అనుకున్నాడు. ఏ కారణం లేకుండా గాడిద ఫిర్యాదు చేస్తోంది. అతనికి గుణపాఠం చెప్పనివ్వండి."

దేవుడు కాసేపు ఆలోచించి అతన్ని ఒక కూలి దగ్గరికి పంపాడు. అక్కడ గాడిదకు కొద్దిరోజుల్లోనే చిరాకు వచ్చింది, ఎందుకంటే అతను తోటమాలి ఇంటి కంటే కూలి ఇంట్లో ఎక్కువ పని చేయాల్సి వచ్చింది. మళ్లీ

గాడిద తన ఫిర్యాదుతో దేవుని దగ్గరకు వెళ్లింది. ఇప్పుడు, దేవుడు అతన్ని ఒక కసాయి వద్దకు పంపాడు. అక్కడ అతడిని చాలా పనులు చేయించి అసభ్యంగా ప్రవర్తించాడు. ఇప్పుడు, గాడిద తన పాత యజమానులను స్మరించుకోవడం ప్రారంభించింది. అనుకున్నాడు. తోటమాలి మరియు కూలి ఉన్నారు

కసాయి కంటే మెరుగైనది. నేను నా స్వంత సమస్య కోసం నా యజమానిని మార్చమని దేవుడిని కోరాను.

నీతి:- ప్రస్తుత స్థితితో తృప్తి చెందనివాడు తరువాత ఏడవవలసి ఉంటుంది.

నేను ఏ విధంగా సహాయ పడగలను?

ఒకప్పుడు సింహం ఉండేది. ఒకరోజు నది ఒడ్డున తిరుగుతున్నప్పుడు అతనికి ఒక డాల్ఫిన్ కనిపించింది. డాల్ఫిన్ అతనితో మాట్లాడటం ప్రారంభించింది. సింహానికి డాల్ఫిన్ ప్రవర్తన నచ్చింది. అతను చెప్పాడు, "వినండి, నేను అడవికి రాజు మరియు మీరు నీటి రాణి. మనం ఎందుకు స్నేహం చేయకూడదు? మనలో ఎవరికైనా ఏదైనా ప్రమాదం ఎదురైతే, మేము ఇద్దరం కలిసి పోరాడగలము, అప్పుడు మమ్మల్ని ఎవరూ గెలవలేరు. డాల్ఫిన్ సమ్మతించింది.కొన్ని రోజుల తర్వాత సింహం నది ఒడ్డున కదులుతోంది. అప్పుడు ఒక అడవి ఎద్దు వచ్చి సింహం ముందు దృఢంగా నిలబడింది.అతను సింహాన్ని పోరాడమని సవాలు చేయడం ప్రారంభించాడు.సింహం మరియు ఎద్దుల మధ్య పెద్ద గొడవ జరిగింది.ఎద్దు చాలా బలంగా ఉంది, సింహానికి ఎదురుదెబ్బ తగలడం కష్టంగా మారింది.చివరికి సింహం అతనిని బలంగా కొట్టి ఎద్దును వెళ్లిపోయేలా చేసింది.

అయితే ఈ పోరులో సింహం తీవ్రంగా గాయపడింది. పోరాటం తర్వాత అతను డాల్ఫిన్‌తో ఎగతాళిగా అన్నాడు, "మీరు చూపించారు .

మంచి స్నేహం. నేను దాదాపు చంపబడ్డాను. మీరు నాకు సహాయం చేయడానికి ఇబ్బంది పడలేదు. ఇది నిజమైన స్నేహమా?" డాల్ఫిన్, "మీరు చెప్పింది నిజమే. కానీ దీనికి నేను బాధ్యత వహించను, ప్రకృతి. నేను నీటిలో బలంగా ఉన్నాను కాని నీటి వెలుపల ఏమీ చేయలేని విధంగా ప్రకృతి నన్ను తయారు చేసింది. అప్పుడు నేను ఎలా ఉన్నానో చెప్పు మీకు సహాయం చేయగలరా?"

నీతి :- ప్రకృతి ప్రతి ఒక్కరికీ విభిన్నమైన బలమైన అంశాలను ఇచ్చింది. మనం దీన్ని అర్థం చేసుకోవాలి మరియు అప్పుడు మాత్రమే ఇతరుల నుండి అంచనాలను కలిగి ఉంటారు.

గాడిద నీటిలో పడింది

ఒకసారి ఒక కూలి గాడిదపై సామాను పెట్టి జాతరకు వెళ్లాడు. అతనితో పాటు అతని కొడుకు కూడా ఉన్నాడు. తరువాత వారు జాతర నుండి తిరిగి వస్తుండగా, యజమాని గాడిద తాడును పట్టుకున్నాడు. తండ్రీకొడుకులు ఇద్దరూ నడుచుకుంటూ వెళుతున్నారు వీధిలో కదులుతున్న జనాలు వారిని చూసి, "అయ్యో! ఈ తండ్రీకొడుకులు చాలా వింతగా ఉన్నారు. వాళ్ళకి ఒక గాడిద ఉంది, అప్పుడు కూడా వాళ్ళు కాళ్ళమీద పడ్డారు" అని చమత్కరించారు. కాబట్టి కూలి తన కొడుకుని గాడిద మీద కూర్చోమని చెప్పాడు. తానూ వారితో కలిసి నడవడం ప్రారంభించాడు. ఎప్పుడు అయితే వీధిలో తిరిగే వాళ్ళు వాళ్ళని చూసి నవ్వుతూ, "చూడు, అబ్బాయి ఎంత తెలివిగా కూర్చున్నాడో తన ముసలి తండ్రి నడుస్తున్న గాడిద మీదుగా." కొంతసేపటికి తండ్రి తన కొడుకుని క్రిందికి రప్పించి, తాను గాడిదపై కూర్చున్నాడు. ఇప్పుడు ప్రజలు

వీధిలో వెళ్లడం వారిని మరింత ఎగతాళి చేసింది. వాళ్ళు, "చూడు, తండ్రి గాడిద మీద కూర్చున్నాడు మరియు చిన్న పిల్లవాడు నడుస్తున్నాడు."

కూలి కాసేపు ఆలోచించాడు. తర్వాత తన కొడుకును కూడా గాడిదపై కూర్చోబెట్టాడు. ఇప్పుడు ప్రజలు గాడిద యజమానితో, “తమ్ముడా, నువ్వు వింత మనిషివి, గాడిద చాలా సన్నగా ఉంది, మీరు మరియు మీ కొడుకు దానిపై స్వారీ చేస్తున్నారు, మీరు గాడిదను చంపాలనుకుంటున్నారా?” అతను ఒక నది ఒడ్డున వెళ్తున్నాడు, అకస్మాత్తుగా ఒక ప్రభుత్వ అధికారి కోపంగా అన్నాడు, “మీరు భారీగా చెల్లించాలి

గాడిదను హింసించినందుకు జరిమానా. ఇప్పుడు ఆ తండ్రీకొడుకులు గాడిద కాళ్లకు కట్టేసి భుజాలపై మోసుకెళ్లారు. చుట్టుపక్కల వారు నవ్వడం ప్రారంభించారు మరియు గాడిద కూడా అసౌకర్యంగా ఉంది. ప్రజల నవ్వు విని గాడిద తనను తాను విడిపించుకోవాలనుకుంది. పెద్ద కుదుపుతో నదిలో పడిపోయాడు. తండ్రీ కొడుకులిద్దరూ విచారంగా చూశారు. ఇతరుల మాటలు వినడం వల్ల వారు తమ ప్రియమైన గాడిద నుండి శాశ్వతంగా విడిపోయారు.

నీతి:- అందరినీ మెప్పించాలనుకునేవాడు ఎవరినీ సంతోషపెట్టలేడు. చివరికి అతనే ఓడిపోతాడు.

రండి మిత్రమా, ట్రీట్ చేద్దాం

ఒక నక్క మరియు కొంగ మంచి స్నేహితులు. కానీ నక్క చాలా తెలివైనది. ఒకసారి ఆమె ఒక జోక్ గురించి ఆలోచించింది. ఆమె చెప్పింది కొంగ, "సోదరా, రేపు నా ఇంటికి రండి. నేను మీకు ట్రీట్ ఇవ్వాలి అని అనుకుంటున్నాను." కొంగ అంగీకరించింది సంతోషంగా. నక్క రుచికరమైన పులుసు చేసింది. కొంగ అక్కడికి చేరుకోగానే, నక్క అతనికి ఒక నిస్సారమైన ప్లేట్లో సూప్ అందించింది. అప్పుడు ఆమె కొంగతో, "రా మిత్రమా, సూప్ ఆస్వాదిద్దాం." కొంగ తన ముక్కును ప్లేట్లో పెట్టినప్పుడు అందులో ఏమీ రాలేదు. కానీ నక్క చాలా తేలికగా మొత్తం సూప్ తాగింది. కొంగ వెళ్ళబోతుంటే నక్క ఇలా అంది "తమ్ముడా, నన్ను క్షమించు, ఇంత రుచికరమైన పులుసు చేసాను. మరియు మీ ట్రీట్ కోసం ఏర్పాటు చేయబడింది. కానీ మీరు దానిని ఆస్వాదించలేకపోయారు." ఇప్పుడు, కొంగ, "చింతించకు. నేను సూప్ తాగలేకపోయాను. అయితే ఏమిటి? కానీ మీరు ఇంత మంచి ట్రీట్ ఇచ్చారు, నేను మీకు రుణపడి ఉంటాను. సరే రేపు మా ఇంటికి రా. మీరు ఎప్పటికీ మరచిపోలేని మంచి ట్రీట్ ని నేను మీకు ఏర్పాటు చేసాను."

మరుసటి రోజు నక్క ట్రీట్ కోసం కొంగ ఇంటికి వెళ్ళింది. కొంగ రుచికరమైన వంటకం చేసింది. కానీ అతను దానిని ఇరుకైన మెడ ఉన్న పాత్రలో వడ్డించాడు. అతను నక్కతో, "రా మిత్రమా, ట్రీట్‌ని ఆస్వాదిద్దాం" అని చెప్పాడు. కానీ నక్క నోరు ఇరుకైన మెడ ఉన్న పాత్రలోకి ప్రవేశించలేకపోయింది. ఆమె వంటకం ఎలా తాగుతుంది? కొంగ తన ఇరుకైన ముక్కును పాత్రలో ముంచి మొత్తం వంటకం తాగింది. అప్పుడు అతను నవ్వుతూ అన్నాడు, "ఎందుకు ప్రియమైన నక్క, ఎలా ఉంది ట్రీట్? మీరు దానిని హృదయపూర్వకంగా ఆస్వాదించలేదని నేను అనుకుంటున్నాను," నక్క ఏమి చెప్పగలదు? ఆమె మెడ సిగ్గుతో వేలాడుతోంది.

నీతి:- నువ్వు విత్తినట్లే పండుకుంటావు

ది స్టోరీ ఆఫ్ ది హార్స్ అండ్ ది కేర్టేకర్

ఒకసారి ఒక యజమానికి ఆరోగ్యకరమైన మరియు బలమైన గుర్రం ఉంది. అతను గుర్రాన్ని చూసుకోవడానికి ఒక సంరక్షకుడిని ఉంచాడు. సంరక్షకుడు చాలా కష్టపడి గుర్రాన్ని బాగా చూసుకునేవాడు. అతనికి బాగా మసాజ్ చేసి, స్నానం చేసి, నీట్ గా, క్లీన్ గా ఉంచి, ప్రేమగా తినిపించాడు. అయితే ఆ కేర్టేకర్కు ఓ చెడ్డ అలవాటు ఉంది. అతను గుర్రం వాటా నుండి ధాన్యాలలో ఎక్కువ భాగాన్ని విక్రయించేవాడు. మాస్టారుకి ఏమీ తెలియలేదు. కానీ గుర్రం ఇది చూసి విచారం వ్యక్తం చేసింది, ఒక రోజు, సంరక్షకుడు గుర్రానికి మంచి మసాజ్ చేస్తున్నాడు, తద్వారా అతను ఉపశమనం పొందాడు. గుర్రం ప్రశాంతంగా ఉండలేకపోయింది. అతనికి నవ్వాలనిపించింది. సంరక్షకుడికి చాలా విచిత్రంగా అనిపించింది. అతను గుర్రాన్ని అడిగాడు, "ఎందుకు ప్రియమైన, నేను నిన్ను మరియు నిన్ను జాగ్రత్తగా చూసుకుంటున్నాను దానికి నవ్వుతున్నావా?"

ఇప్పుడు గుర్రం, "అన్నయ్య, నువ్వు మర్దన చేయడానికి చాలా కష్టపడుతున్నావు. నువ్వు కొంచెం తక్కువ శ్రమ పెట్టి, నాకు తినడానికి కొంచెం గింజలు ఇస్తే, నేను మరింత సంతోషిస్తాను." అది విన్న కేర్‌టేకర్ సిగ్గుపడ్డాడు. ఆ రోజు నుండి అతను గుర్రపు వాటాను దొంగిలించడం మానేశాడు

నీతి:- ఈ ప్రపంచంలో ప్రతిదానికీ దాని స్వంత ప్రాముఖ్యత ఉంది. ఒక వస్తువును వేరే వాటితో భర్తీ చేయడం సాధ్యం కాదు.

ఎలుకలు తెలివిని గ్రహించగలవు

చాలా తెలివైన పిల్లి. ఎలుకలను పట్టుకోవడానికి ఆమె కొత్త ఆలోచనల గురించి ఆలోచించేది. కానీ ఎలుకలు అలా ఉన్నాయి తెలివైన వారు పిల్లి బారి నుండి తప్పించుకునేవారు.

ఒకరోజు పిల్లి ఇలా అనుకుంది, 'ఇప్పుడు ఎలుకలు వాటంతట అవే నా దగ్గరకు వచ్చేలా నేను ఒక ఉపాయం చేయాలి." చాలా ఆలోచించాడు. అప్పుడు ఆమెకు ఒక ఆలోచన వస్తుంది.

ఒకరోజు పిల్లి చిరిగిన దిండు కవర్ని పట్టుకుంది. ఆమె ఒక ప్లాన్ వేసింది. ఆమె దిండు లోపల నోరు పెట్టింది కవర్ మరియు ఆమె మెడ మీద ఉంచండి. ఆమె చనిపోయిందని ఎలుకలు అనుకునేలా ఆమె దానిని గోరు నుండి తలకిందులుగా వేలాడదీసింది.

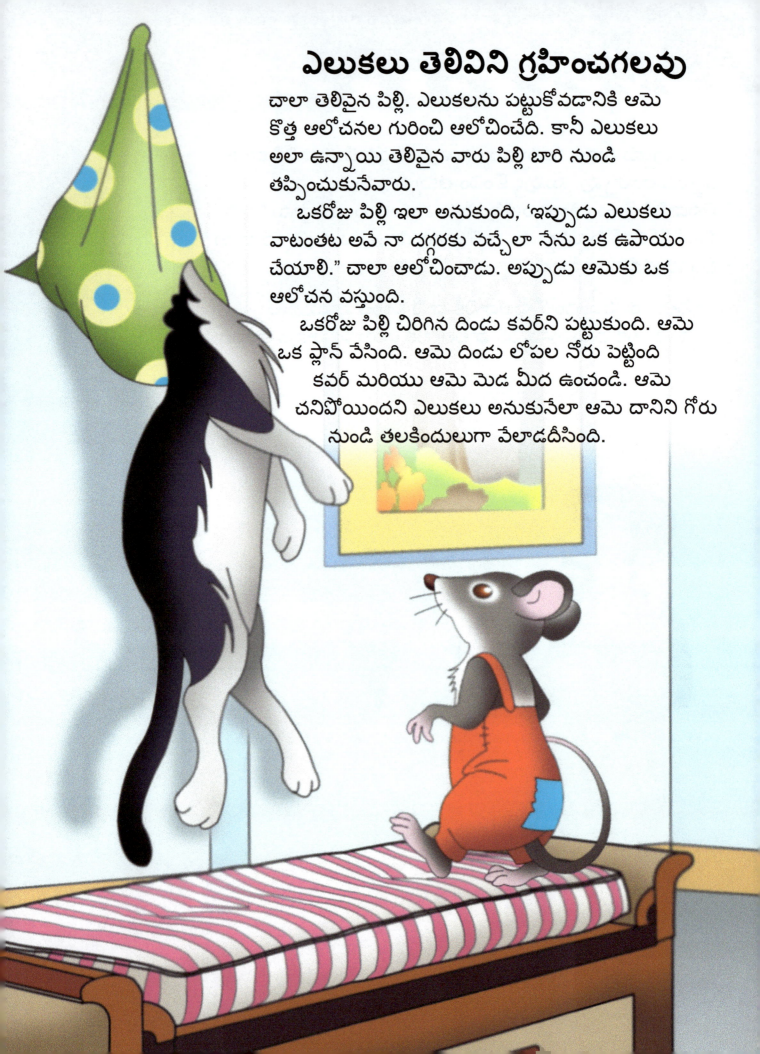

పిల్లి నిర్జీవంగా వేలాడుతూ ఉండడం, దిండు కవర్‌లోంచి మెడ బయటకు రావడం చూసి ఎలుకలు అయోమయంలో పడ్డాయి. వారు జాగ్రత్తగా కళ్లతో ఆమె చుట్టూ తిరగడం ప్రారంభించారు, కానీ పిల్లి అలాగే ఉంది. అప్పుడు ఎలుకలు ఆలోచించాయి, " పిల్లి నిజంగా చనిపోయింది. ఆమె దగ్గరికి వెళ్ళడం వల్ల ప్రమాదం లేదు." వారు ఆమె దగ్గరికి వెళ్ళబోతున్నారు, కానీ ఒక ముసలి ఎలుక ఇదంతా చూసింది. అతను ఎలుకలన్నింటినీ హెచ్చరించాడు మరియు "అందరూ వినండి, నా జీవితంలో నేను చాలా వింతలు చూశాను. కానీ ఏ పిల్లి అయినా దిండు కవర్‌లో నోరు పెట్టుకుని చనిపోయే ఇలాంటి అసహజ దృశ్యాన్ని నేను ఎప్పుడూ చూడలేదు. ఇదో కొత్త తరహా ట్రిక్‌గా అనిపిస్తోంది."

ఇప్పుడు, ఎలుకలు అప్రమత్తమై తిరిగి వచ్చాయి. ముసలి ఎలుక నవ్వుతూ పిల్లిని ఎగతాళిగా చెప్పింది, "ప్రియమైన అత్త పిల్లి, మీకు కావలసినంత వరకు మీరు తలక్రిందులుగా వేలాడదీయవచ్చు. కానీ మేము మీ తెలివిని పసిగట్టాము. కాబట్టి మేము ఇక్కడ నుండి దూరంగా వెళ్తున్నాము." పిల్లి తన రహస్యం బయటపడిందని చూసింది. కాబట్టి ఆమె దిండు కవర్ నుండి తన ముఖాన్ని తీసివేసి వేగంగా పరిగెత్తింది. దూరంగా.

నీతి:- నీ శత్రువు యొక్క అన్ని ప్రణాళికల పట్ల అప్రమత్తంగా ఉండు.

ఒక విలువైన ఆభరణాన్ని అందుకున్న ఆత్మవిశ్వాసం

ఒకసారి ఒక ఆత్మవిశ్వాసం ఉంది. రోజు ఉదయాన్నే ఆత్మవిశ్వాసం పెట్టి ఇంటివాళ్లను లేపేలా చేసేవాడు. బదులుగా యజమాని అతనికి తినడానికి ఆహారం ఇచ్చాడు. ఒకరోజు ఆత్మవిశ్వాసం గింజలు తింటోంది. అకస్మాత్తుగా, అతను గింజల మధ్య ఏదో మెరుస్తున్నట్లు చూశాడు. ఆత్మవిశ్వాసం చూసేందుకు దగ్గరకు తీసుకు వచ్చింది. అది ఖచ్చితంగా విలువైన ఆభరణమని, అది పొరపాటున తన గింజలతో కలిసిపోయిందని అతను ప్రకాశాన్ని బట్టి అర్థం చేసుకోగలిగాడు. ఆత్మవిశ్వాసం తెలివైనది. కొద్దిసేపటికి బంగారు ఆభరణాలను జాగ్రత్తగా చూశాడు. అప్పుడు అతను ఇలా అనుకున్నాడు, "ఓహ్! మెరిసే రత్నమా, మీరు విలువైనవారని నాకు తెలుసు మరియు ప్రజలు నిన్ను సాధించాలని ఆత్రుతగా ఉంటారు. మీరు చాలా ఖరీదైనవారు కావచ్చు. కానీ నాకు లక్షల ఆభరణాలు కాకుండా నాకు కొంచెం ఎక్కువ గింజలు లభిస్తే అవి ఎక్కువ అవుతాయి. విలువైనది."

నీతి:- ఒకరికి విలువైన వస్తువు ఇతరులకు పనికిరాదు.

Milton Keynes UK
Ingram Content Group UK Ltd.
UKHW050806180823
426935UK00008BA/81

9 789357 182836